Tủ Sách Bảo Anh Lạc 150



# NGHI THỨC TRUYỀN GIỚI THỨC-XOA-MA-NA

*Biên soạn*

**Thích Nữ Giới Hương**

Nhà Xuất bản
HƯƠNG SEN

HƯƠNG SEN BUDDHIST TEMPLE
19865 Seaton Avenue, Perris, CA 92570, USA
Tel: 951-657-7272, Cell: 951-616-8620
Email: Hươngsentemple@gmail.com
thichnugioiHương@yahoo.com
Fanpage: Hương Sen
Web: www.Hươngsentemple.com

First Edition 2026 by Huong Sen Buddhist Temple in the United States.

# MỤC LỤC

# 1. NHÂN DUYÊN TRUYỀN GIỚI

*Vị Trụ trì/chủ lễ nói về nhân duyên truyền giới Thức-xoa-ma-na, giới thiệu Ban giới sư (Tam sư thất chứng) và các giới tử tại đàn tràng chùa Hương Sen.*

Nam Mô A Di Đà Phật

Kính bạch Chư tôn Đức Ni trưởng, Quý Ni sư trong Ban Giới sư,

**Thức-xoa-ma-na** (chữ Hán: 式叉摩那; tiếng Phạn: *Śikṣamāṇā*), dịch nghĩa là **Học pháp nữ**, **Học giới nữ** hoặc **Chánh học nữ**, là một giai vị tu học bắt buộc dành cho các nữ tu trong truyền thống Phật giáo Đại thừa trước khi thọ giới Tỳ-kheo-ni.

Ân truyền giới pháp sâu như biển,

Nghĩa hướng đường tu rộng tựa trời.

Hôm nay, đạo tràng Chùa Hương Sen chúng con vô cùng hoan hỷ và thành kính đảnh lễ tri ân Chư tôn đức. Dẫu Phật sự tại bổn tự vô cùng bận rộn, nhưng vì lòng thương tưởng đàn hậu học, Quý Ngài đã không quản ngại đường xá xa xôi, quang lâm về ngôi chùa vùng sâu vùng xa này để đăng đàn truyền trao giới pháp Thức-xoa-ma-na cho các giới tử Sa-di-ni.

Sự hiện diện của Quý Ngài chính là duyên lành lớn lao, giúp các giới tử tiếp bước trên con đường tu tập Giới-định-tuệ mà Đức Từ phụ Bổn Sư Thích Ca Mâu Ni cùng Thánh Tổ Ni Đại Ái Đạo đã khai sáng và trao truyền.

Kính thưa Chư Tôn Đức Giới Sư,

Ban điển lễ sẽ có lễ chính thức Cung An Ban Giới Sư.

Danh sách Tam Sư Thất chứng, chúng con kính trình như sau:

Hòa thượng Ni: Ni trưởng thượng.... hạ...

Giáo Thọ Ni: Ni trưởng thượng.... hạ...

Yết Ma Sư: Ni trưởng thượng.... hạ...

Tôn chứng Sư I: Ni sư Thích Nữ....

Tôn chứng Sư II: Ni sư Thích Nữ....

Tôn chứng Sư III: Ni sư Thích Nữ....

Tôn chứng Sư IV: Ni sư Thích Nữ....

Tôn chứng Sư V: Ni sư Thích Nữ....

Tôn chứng Sư VI: Ni sư Thích Nữ....

Tôn chứng Sư VII: Ni sư Thích Nữ....

Điển lễ: Ni sư Thích Nữ....

Duy na (chuông): Ni sư Thích Nữ....

Duyệt chúng (mõ): Ni sư Thích Nữ....

Về phía giới tử: gồm có .... (số lượng) vị Sa-di-ni, pháp danh là ......

Đây là những sa-di-ni đã tu học ở Chùa Hương Sen trong thời gian 2 năm qua, đã tinh tấn chấp tác, tụng kinh, ngồi thiền, trì giới và có lòng hướng đến giải thoát theo giáo lý Phật đà.

Xét thấy đủ khả năng thăng tiến trên đường giới-định-tuệ, nên chúng con kính cung thỉnh Chư Giới sư Tam sư Thất chứng (Thập sư) quang lâm Chùa Hương Sen, truyền trao giới pháp cho các giới tử.

Chúng con thành kính tri ân Chư Tôn Đức Giới Sư. (o)

*Nam mô Trì Luật đệ nhất, Ưu-ba-li*
*Tôn giả tác đại chứng minh.* (o)

# 2. ĐƠN XIN THỌ GIỚI THỨC-XOA-MA-NA

HƯƠNG SEN BUDDHIST TEMPLE - CHÙA HƯƠNG SEN

19865 Seaton Ave., Perris, CA 92570 - USA

Tel: 951-657-7272 ▪ Cell: 951-616-8620

*Email: huongsentemple@gmail.com ▪ Web: www.huongsentemple.com ▪ Fanpage: Huong Sen*

Nam mô Bổn sư Thích Ca Mâu Ni Phật

## ĐƠN GHI DANH THỌ GIỚI

Kính gởi:

Con:

Pháp danh:

Pháp tự:

Sinh ngày: tháng năm

Giới tính: ☐ Nam ☐ Nữ

Địa chỉ:

Email: Điện thoại:

Kính mong Ban kiến đàn cho con được thọ GIỚI:

☐ Tỳ kheo ☐ Thức xoa Ma na ni

☐ Sa di ☐ Sa di ni

☐ Tỳ kheo ni ☐ Bồ tát xuất gia

XÁC NHẬN CỦA BỔN SƯ / Y CHỈ SƯ Ngày tháng năm

Kính đơn

(ký tên)

# 3. GIỚI TỬ TÁC BẠCH

(*Một giới tử đại diện đứng bạch*)

Nam Mô Bổn Sư Thích Ca Mâu Ni Phật.

Kính bạch Chư Tôn Giới Sư, Giới Đàn Chùa Hương Sen, California,

Hôm nay, đạo tràng thanh tịnh, duyên lành hội đủ, hàng giới tử chúng con có duyên sự xin đầu thành đảnh lễ, dâng lời tác bạch. (o) (1 lạy, quỳ bạch)

Kính bạch Chư Tôn Đức Giới Sư,

Chúng con pháp danh là Sa-di-ni... và... Thật may mắn thay cho hàng hậu học chúng con, đời trước có thắng duyên, đời này được dự vào hàng xuất gia, sống trong nếp sống thanh bần của thiền môn quy củ. Từ lâu, chúng con hằng khát ngưỡng giới pháp giải thoát của Đức Thế Tôn, như sa mạc mong mưa, như con thơ tìm dòng sữa mẹ.

Giờ đây, thiện duyên đã chín muồi, Chư Tôn Đức Ni Giới Sư đã thùy từ lân mẫn, không quản ngại bao Phật sự, câu hội về Chùa

Hương Sen để mở giới đàn. Chúng con xin thành tâm đảnh lễ, thiết tha khẩn cầu Quý Ni trưởng, Quý Ni sư dũ lòng từ bi thương xót, đăng đàn truyền trao giới pháp Thức-xoa-ma-na cho chúng con.

Nguyện xin giới pháp thiêng liêng thấm nhuần tâm giới, để chúng con có đầy đủ giới đức tu hành, trên đền đáp tứ trọng ân, dưới làm nơi nương tựa cho chúng sanh vạn loại.

Cúi xin Chư Tôn Đức Giới Sư thùy từ chứng minh và gia hộ cho hàng giới tử chúng con được ân triêm công đức.

*Nam Mô Chứng Minh Sư Bồ Tát*
*Ma Ha Tát.* (o)

***Quỳ đợi Chư Giới sư bảo***:

Lành thay! Lành thay! Các vị bấy lâu có lòng khát ngưỡng quy giới, nay đủ duyên lành, cần cầu trên Chư giới sư Ni truyền trao quy giới Thức-xoa-ma-na. Chư tôn đức Ni rất hoan hỉ hứa khả, vậy các vị như pháp lễ Chư hiền Thánh tăng và Chư Giới sư Ni hiện tiền chứng minh cho. (o)

***Giới sư Ni nói xong, giới tử bạch tiếp***:

Trên Chư tôn đức Ni đã từ bi hứa khả sẽ truyền trao giới pháp Thức-xoa-ma-na cho chúng con rồi, Chúng con vô cùng tri ân và xin đê đầu đảnh lễ cúng dường. (o)

**Điển lễ:** Giới tử khởi thân đảnh lễ Chư tôn Giới sư hiện tiền một lạy. (1 lạy, o)

## 4. CÚNG HƯƠNG

(Chủ lễ niệm)

**Nguyện dâng hương mầu nầy**
**Cúng dường tất cả Phật**
**Tôn Pháp, chư Bồ Tát**
**Thinh Văn và Duyên Giác**
**Cùng các bậc Thánh Hiền**
**Duyên khởi đài sáng chói**
**Khắp xông mười phương cõi**
**Tỏa ngát các chúng sanh**
**Đều phát tâm Bồ Đề**

**Xa lìa các vọng nghiệp**

**Trọn nên Đạo Vô Thượng.**

***Nam Mô Hương Cúng Dường Bồ Tát Ma Ha Tát.*** (o) (1 xá)

# 5. CẦU NGUYỆN

**Giờ này, tiết trời trong sáng, đạo tràng thanh tịnh, gặp Phật hóa duyên lành, mọi sự đều kiết tường tốt đẹp.**

**Hôm nay, ngày...... tháng...... năm..., đệ tử chúng con là Tỳ-kheo-ni... cùng chư Tôn đức trong Hội đồng Thập sư quy ngưỡng giới đài, vân tập tại Đại hùng bảo điện Chùa Hương Sen, bang California, Hoa Kỳ.**

**Giờ khắc thiêng liêng, giới đàn thanh tịnh, chúng con thành tâm thiết lễ, đăng đàn truyền trao giới pháp Thức-xoa-ma-na cho các giới tử Sa-di-ni:**

**Giới tử: ................., thế danh: ................., sinhngày:..................tại:...................**

*(Nếu có nhiều giới tử thì đọc tuần tự)*

**Trên đạo tràng trang nghiêm này, Hội đồng Thập sư chúng con kiền thành dâng hương, phần hương thanh tịnh, nhất tâm cung thỉnh: Đức Bổn Sư Thích Ca Mâu Ni Phật, mười phương Chư Phật, Chư đại Bồ-tát, Hiền Thánh Tăng, Duyên Giác, Thanh Văn, cùng chư vị Lịch đại Tổ sư, chư vị Thiện thần Hộ pháp, Long thiên Bát bộ.**

**Nguyện thùy từ lân mẫn, quang giáng đàn tràng, gia hộ cho giới đàn kiết giới trang nghiêm, thanh tịnh viên mãn; gia hộ cho chư vị Giới sư đạo hạnh tỏa ngời, giới đức tròn đầy; và nguyện cho các giới tử đắc giới thể, trang nghiêm giới thân huệ mạng, nối thịnh dòng thánh sản, ngõ hầu làm cho chánh pháp được tồn tại lâu dài ở thế gian.** (o)

**Nam Mô Thập Phương Thường Trụ Tam Bảo.** (o)

**Nam Mô Ta bà Giáo chủ Bổn Sư Thích Ca Mâu Ni Phật.** (o)

**Nam Mô Khải giáo A-Nan-Đà Tôn giả.** (o)

**Nam Mô Trì Luật đệ Nhất,**
**Ưu Ba li Tôn giả.** (o)

**Nam Mô Thánh Tổ Ni Đại-Ái-Đạo**
**Kiều-Đàm-Di Tôn giả.** (o)

**Nam mô các vị Tổ sư Ấn Độ, Trung Hoa,**
**Việt Nam và Hoa Kỳ tác đại chứng minh.**
(ooo)

# 6. LỄ PHẬT

(*Đại chúng đồng tụng*)

**Đấng Pháp Vương vô thượng**
**Ba cõi chẳng ai bằng**
**Thầy dạy khắp trời, người**
**Cha lành chung bốn loài**
**Quy y tròn một niệm**
**Dứt sạch nghiệp ba kỳ**
**Xưng dương cùng tán thán**
**Ức kiếp không cùng tận.** (o) (1 xá)

**Phật, chúng sanh tánh thường rỗng lặng**
**Đạo cảm thông không thể nghĩ bàn**
**Lưới đế châu ví đạo tràng**
**Mười phương Phật hiện**
**hào quang sáng ngời**
**Trước bảo tọa thân con ảnh hiện**
**Cúi đầu xin thệ nguyện quy y.** (o)

**Chí tâm đảnh lễ:**

**Nam Mô tận hư không biến pháp giới quá, hiện, vị lai thập phương chư Phật, Tôn Pháp Hiền Thánh Tăng thường trụ Tam Bảo.** (o) (1 lạy)

**Chí tâm đảnh lễ:**

**Nam Mô Ta Bà Giáo Chủ Bổn Sư Thích Ca Mâu Ni Phật, Đương Lai Hạ Sinh Di Lặc Tôn Phật, Đại Trí Văn Thù Sư Lợi Bồ Tát, Đại Hạnh Phổ Hiền Bồ Tát, Hộ Pháp Chư Tôn Bồ Tát, Linh Sơn Hội Thượng Phật Bồ Tát.** (o) (1 lạy)

**Chí tâm đảnh lễ:**

**Nam Mô Tây Phương Cực Lạc Thế Giới Đại Từ Đại Bi A Di Đà Phật, Đại Bi Quán Thế Âm Bồ Tát, Đại Thế Chí Bồ Tát, Đại Nguyện Địa Tạng Vương Bồ Tát, Thanh Tịnh Đại Hải Chúng Bồ Tát.** (o) (1 lạy)

## 7. TÁN DƯƠNG CHI

(*Mời ngồi xuống và khai chuông mõ*)

**Cành dương nước tịnh nhiệm mầu**
**Rưới tắt muôn vàn cảnh khổ đau**
**Chư Thiên mát mẻ, tâm thanh tịnh**
**Nhân thế vui tươi, cảnh an nhàn**
**Cam lồ rưới khắp trần gian**
**Lửa sân dứt sạch, sen vàng nở hoa.**

***Nam Mô Thanh Lương Địa Bồ Tát***
***Ma Ha Tát.*** (3 lần) (o)

# 8. CHÚ ĐẠI-BI

**Nam Mô Đại Bi Hội Thượng Phật Bồ Tát.**
(3 lần) (o)

**Thiên thủ thiên nhãn vô ngại đại-bi tâm đà-la-ni.**

**Nam Mô hắc ra đát na, đa ra dạ da. Nam Môa rị da, bà lô yết đế, thước bát ra da, Bồ-đề tát đỏa bà da, ma ha tát đỏa bà da, ma ha ca lô ni ca da, án, tát bàn ra phạt duệ số đát na đát tỏa.**

**Nam Mô tất kiết lật đỏa y mông a rị da, bà lô kiết đế thất Phật ra lăng đà bà.**

**Nam Mô na ra cẩn trì hê rị ma ha bàn đa sa mế, tát bà a tha đậu thâu bằng, a thệ dựng, tát bà tát đa, na ma bà già, ma phạt đạt đậu, đát điệt tha. Án a bà lô hê, lô ca đế, ca ra đế, di hê rị, ma ha bồ-đề tát đỏa, tát bà tát bà, ma ra ma ra, ma hê ma hê, rị đà dựng, cu lô cu lô kiết mông, độ lô độ lô, phạt xà da đế, ma ha phạt xà da đế, đà ra đà ra, địa rị ni, thất Phật ra da, dá ra dá ra. Mạ mạ phạt ma ra, mục đế lệ, y hê y**

**hê, thất na thất na a ra sâm Phật ra xá-lợi, phạt sa phạt sâm, Phật ra xá da, hô lô hô lô ma ra, hô lô hô lô hê rị, ta ra ta ra, tất rị tất rị, tô rô tô rô, bồ-đề dạ bồ-đề dạ, bồ-đà dạ, bồ-đà dạ, di đế rị dạ, na ra cẩn trì địa rị sắc ni na, ba dạ ma na ta bà ha. Tất đà dạ ta bà ha. Ma ha tất đà dạ ta bà ha. Tất đà du nghệ thất bàn ra dạ, ta bà ha. Na ra cẩn trì ta bà ha. Ma ra na ra ta bà ha. Tất ra tăng a mục khê da, ta bà ha. Ta bà ma ha, a tất đà dạ, ta bà ha. Giả kiết ra a tất đà dạ, ta bà ha. Ba đà ma yết tất đà dạ, ta bà ha. Na ra cẩn trì bàn đà ra dạ, ta bà ha. Ma bà lị thắng yết ra dạ, ta bà ha.**

**Nam Mô hắc ra đát na, đa ra dạ da. Nam Mô a rị da, bà lô yết đế, thước bàng ra dạ, ta bà ha.**

**Án tất điện đô, mạn đa ra, bạt đà dạ, ta bà ha.** (3 lần) (o)

## 9. KỆ SÁM HỐI

**Xưa kia gây nên bao ác nghiệp**
**Đều vì nhiều kiếp tham sân si**
**Do thân miệng ý phát sinh ra**
**Tất cả con nay xin sám hối.**

**Bao nhiêu tội lỗi sâu dường ấy**
**Nguyện đều tiêu diệt hết không còn**
**Niệm niệm trí soi khắp Pháp giới**
**Độ hết chúng sinh không thoái chuyển.** (o)
*Nam Mô Cầu Sám Hối Bồ Tát Ma Ha Tát.*
(3 lần) (o)

## 10. KỆ KHAI LUẬT TẠNG

**Thăm thẳm cao siêu Pháp nhiệm mầu**
**Trăm ngàn muôn kiếp khó tìm cầu,**
**Con nay nghe thấy chuyên trì niệm,**

**Nguyện tỏ Như Lai nghĩa nhiệm mầu.**

***Nam Mô Khai Luật Tạng Bồ tát ma-ha-tát.***

(3 lần) (o)

# 11. LẠY BỐN ÂN

Điển lễ:

Này các vị giới tử, trước khi thọ giới, quý vị phải lạy tạ bốn ân. Xin đứng chắp tay búp sen, nghe lời xướng và tiếng chuông thì lạy.

- **Giới tử mang ơn cha mẹ sinh thành, cúi đầu kính lễ Tam Bảo thường trụ trong mười phương.** (1 lạy, o)
- **Giới tử mang ơn sư trưởng giáo huấn, cúi đầu kính lễ Tam Bảo thường trụ trong mười phương.** (1 lạy, o)
- **Giới tử mang ơn bằng hữu và các bậc thiện tri thức đã tác thành cho, cúi đầu kính lễ Tam Bảo thường trụ trong mười phương.** (1 lạy, o)
- **Giới tử mang ơn mọi loài chúng sanh,**

**cây cỏ và đất đá, cúi đầu kính lễ Tam Bảo thường trụ trong mười phương.** (1 lạy, o)

## 12. CUNG AN CHỨC SỰ

***Điễn lễ*** *và các giới tử, ra giữa đứng bạch thỉnh cung an chức sự*:

Nam mô A Di Đà Phật.

Kính bạch trên Chư tôn Giới sư, chúng con có duyên sự, xin đầu thành đảnh lễ tác bạch (*1 lạy và quỳ*):

Nam mô A Di Đà Phật

Kính bạch trên Chư tôn Giới sư Ni, hôm nay giới đàn thiết lập, chánh luật tuyên hành, chung bản hòa mình, thánh hiền vân tập, chúng con xin:

Cung thỉnh Ni sư thượng......... hạ.......... đương vi Đàn đầu Hòa thượng Ni. (o)

Cung thỉnh Ni sư thượng......... hạ......... đương vi Yết ma A-xà-lê. (o)

Cung thỉnh Ni sư thượng......... hạ.......... đương vi Giáo thọ A-xà-lê. (o)

Cung thỉnh Ni sư thượng..... hạ..... đệ nhất Tôn chứng sư. (o)

Cung thỉnh Ni sư thượng..... hạ...... đệ nhị Tôn chứng sư. (o)

Cung thỉnh Ni sư thượng..... hạ..... đệ tam Tôn chứng sư. (o)

Cung thỉnh Ni sư thượng..... hạ........ đệ tứ Tôn chứng sư. (o)

Cung thỉnh Ni sư thượng..... hạ..... đệ ngũ Tôn chứng sư. (o)

Cung thỉnh Ni sư thượng..... hạ....... đệ lục Tôn chứng sư. (o)

Cung thỉnh Ni sư thượng..... hạ..... đệ thất Tôn chứng sư. (o)

Cúi xin Chư tôn thùy từ nhẫn khả cho các giới tử được ân triêm công đức. (o)

***Hòa thượng Ni đáp*:**

Lành thay! Tốt lắm! (o)

**Điễn lễ:** A Di Đà Phật, trên Chư tôn đã thùy từ hứa khả cho rồi, chúng con xin đầu thành đảnh lễ cúng dường tam bái. (3 lạy, ooo)

## 13. GIỚI TỬ ĐẢNH LỄ VÀ THỈNH CHƯ GIỚI SƯ

(Kéo màn trước bàn Phật)

Giới tử hướng về Hòa thượng Ni[1] và Điển lễ xướng:

**Đảnh lễ Hòa thượng Ni Đàn đầu truyền giới 1 lạy** (o)

Giới tử hướng về Yết ma A-xà-lê và Điển lễ xướng:

**Đảnh lễ Yết ma A-xà-lê 1 lạy** (o)

Giới tử hướng về Giáo thọ A-xà-lê và Điển lễ xướng:

**Đảnh lễ Giáo Thọ A-xà-lê 1 lạy** (o)

Giới tử hướng về bàn Tôn chứng sư (bên

1. Giới Đàn Ni, soạn dịch: TT Thích Minh Phát, NXB Tôn Giáo, 2013, trang 87-98.

phải) và Điển lễ xướng:

**Đảnh lễ Chư Tôn chứng sư 1 lạy** (o)

Giới tử hướng về bàn Tôn chứng sư (bên trái) và Điển lễ xướng:

**Đảnh lễ Chư Tôn chứng sư 1 lạy** (o)

Giới tử quỳ hướng về Hòa thượng Ni và đọc theo Điển lễ:

Điển lễ: Các giới tử! Nay cung thỉnh Chư Giới sư. Phép thỉnh sư, các vị phải tự nói, chỉ vì các vị chưa biết, nay tôi chỉ cho các vị, xin đọc theo tôi:

_ **Bạch Đại đức Ni một lòng thương xót, con pháp danh là.... Nay thỉnh Đại đức làm Hòa thượng. Xin Đại đức vì thương xót chúng con mà làm Hòa thượng. Con nương theo Đại đức mà được thọ giới Thức-xoa-ma-na.** (3 lần, mỗi lần 1 xá)

Hòa thượng Ni: **Lành thay! Tốt lắm. Các vị hãy giữ thân tâm cho thanh tịnh, chớ có buông lung.**

Giới tử: **Mô Phật, con xin vâng lời.** (1 xá)

Giới tử quỳ hướng về Yết ma Ni và đọc theo Điển lễ:

Điển lễ:

_ **Bạch Đại đức Ni một lòng thương xót, con pháp danh là.... Nay thỉnh Đại đức làm Yết ma A xà lê. Xin Đại đức vì thương xót chúng con mà làm Yết ma A xà lê. Con nương theo Đại đức mà được thọ giới Thức-xoa-ma-na.** (3 lần, mỗi lần 1 xá)

Hòa thượng Ni: **Lành thay! Tốt lắm. Các vị hãy giữ thân tâm cho thanh tịnh, chớ có buông lung.** (o)

Giới tử: **Mô Phật, con xin vâng lời.** (1 xá)

Giới tử quỳ hướng về Giáo thọ Ni và đọc theo Điển lễ:

Điển lễ:

_ **Bạch Đại đức Ni một lòng thương xót, con pháp danh là.... Nay thỉnh Đại đức làm Giáo thọ A xà lê. Xin Đại đức vì thương xót chúng con mà làm Giáo thọ A xà lê. Con nương theo Đại đức mà được thọ giới Thức-xoa-ma-na.** (3 lần, mỗi lần 1 xá)

Hòa thượng Ni: **Lành thay! Tốt lắm. Các vị hãy giữ thân tâm cho thanh tịnh, chớ có buông lung.** (o)

Giới tử: **Mô Phật, con xin vâng lời.** (1 xá)

Giới tử quỳ, chia ra, đều hướng về bàn Tôn chứng ở bên phải và bên trái và đọc theo Điển lễ:

Điển lễ:

_ **Bạch Đại đức Ni một lòng thương xót, con pháp danh là.... Nay thỉnh Các Đại đức Ni làm Tôn Chứng Sư. Xin các Đại đức vì thương xót chúng con mà làm Tôn Chứng Sư. Con nương theo các Đại đức mà được thọ giới Thức-xoa-ma-na.** (3 lần, mỗi lần 1 xá)

Hòa thượng Ni: **Lành thay! Tốt lắm. Các vị hãy giữ thân tâm cho thanh tịnh, chớ có buông lung.** (o)

Giới tử: **Mô Phật, con xin vâng lời.** (1 xá)

Điển lễ: **Chư giới tử khởi thân đảnh lễ Chư Giới Sư tam bái**. (3 lạy, ooo)

Mời các giới tử ra ngoài cửa, đứng chỗ mắt

thấy mà tai không nghe. Chúng tôi sẽ mời vào sau vài phút.

## 14. YẾT MA TRUYỀN GIỚI

(Yết ma hỏi và Điển lễ đáp)

Yết ma: **Tăng đã tập hợp đầy đủ chưa?**

Điển lễ: **Thưa, đã tập hợp đầy đủ.**

Yết ma: **Có hòa hợp không?**

Điển lễ: **Thưa, có hòa hợp.**

Yết ma: **Người chưa thọ giới Cụ Túc đã ra chưa ?**

Điển lễ: **Thưa, đã ra.**

Yết ma: **Tăng nay tập hợp để làm gì?**

Điển lễ: **Thưa, yết ma truyền Giới Thức-xoa-ma-na.**

Yết ma: **Xin Ban giới sư lắng nghe, các vị sa di ni với pháp danh.... đang cầu xin được thọ Giới Thức-xoa-ma-na và đã**

**thỉnh được Hòa thượng Ni thượng... hạ... làm Thân giáo sư, xin học giới hai năm.**

**Các vị giới tử nói trên đã trình bày là họ thanh tịnh, không có gì chướng ngại. Nếu thấy thời gian thích hợp và không có gì trở ngại thì xin ban Giới sư chấp thuận cho các giới tử ấy được tiếp nhận Giới Thức-xoa-ma-na.**

**Đây là lời tác bạch. Bạch như thế, tác bạch có thành không?**

Chư Tôn đức ni cùng đáp:

**Thành.** (o)

Yết ma: **Xin Ban giới sư lắng nghe, các vị sa di ni với pháp danh....**

**đang cầu xin được thọ Giới Thức-xoa-ma-na và đã thỉnh được Hòa thượng Ni thượng... hạ... làm Thân giáo sư, xin học giới hai năm.**

**Các vị giới tử nói trên đã trình bày là họ thanh tịnh, không có gì chướng ngại. Nếu thấy thời gian thích hợp và không có gì trở ngại thì xin ban Giới sư chấp thuận cho các giới tử ấy được tiếp nhận Giới Thức-**

**xoa-ma-na, thì xin im lặng, ai không bằng lòng thì nói.**

**Đây là yết ma lần thứ nhất, có thành không?** (o)

Chư Tôn đức ni cùng đáp:

**Thành.** (o)

Yết ma: **Xin Ban giới sư lắng nghe, các vị sa di ni với pháp danh.... đang cầu xin được thọ Giới Thức-xoa-ma-na và đã thỉnh được Hòa thượng Ni thượng... hạ... làm Thân giáo sư, xin học giới hai năm.**

**Các vị giới tử nói trên đã trình bày là họ thanh tịnh, không có gì chướng ngại. Nếu thấy thời gian thích hợp và không có gì trở ngại thì xin ban Giới sư chấp thuận cho các giới tử ấy được tiếp nhận Giới Thức-xoa-ma-na, thì xin im lặng, ai không bằng lòng thì nói.**

**Đây là yết ma lần thứ hai, có thành không?** (o)

Chư Tôn đức ni cùng đáp:

**Thành.** (o)

Yết ma: **Xin Ban giới sư lắng nghe, các**

**vị sa di ni với pháp danh.... đang cầu xin được thọ Giới Thức-xoa-ma-na và đã thỉnh được Hòa thượng Ni thượng... hạ... làm Thân giáo sư, xin học giới hai năm.**

**Các vị giới tử nói trên đã trình bày là họ thanh tịnh, không có gì chướng ngại. Nếu thấy thời gian thích hợp và không có gì trở ngại thì xin ban Giới sư chấp thuận cho các giới tử ấy được tiếp nhận Giới Thức-xoa-ma-na, thì xin im lặng, ai không bằng lòng thì nói.**

**Đây là yết ma lần thứ ba, có thành không?** (o)

Chư Tôn đức ni cùng đáp:

**Thành.** (o)

Yết ma: **Chư Đại Ni đã giữ im lặng qua ba lần hỏi, chúng con biết toàn thể đã chấp nhận. Tác pháp yết ma Truyền Giới Thức-xoa-ma-na như vậy đã thành và các sa-di-ni này được phép nhận học giới. Xin tri ân Ban Giới sư.** (o)

Mời các giới tử đứng lên đảnh lễ ban Giới Sư và Điển lễ xướng:

**Chư giới tử khởi thân đảnh lễ chư Giới sư tam bái**. (3 lạy, ooo)

# 15. TRUYỀN GIỚI

Giáo thọ Ni:

**Các giới tử lắng nghe, từ trước tới nay Chư Đại ni đã yết ma cho các vị, giới thể đã tròn đủ. Nay trao giới tướng[2] cho các vị để biết mà giữ gìn. Các vị quỳ thẳng chấp tay mà lãnh thọ.**

**Đức Như Lai Ứng Cúng Chánh Đẳng Chánh Giác đã thiết chế ra sáu Học pháp Thức-xoa-ma-na mà các vị sẽ được tiếp nhận hôm nay. Các vị hãy lắng nghe từng giới và từng học pháp một với tâm hồn thanh tịnh và hãy trả lời "Mô Phật, con xin giữ được." mỗi khi thấy mình có khả năng tiếp nhận, học hỏi, và hành trì giới và**

2. Nghi thức Truyền Giới Thức-xoa-ma-na (Bản tân tu 09. 2021), Thích Nhất Hạnh. https://langmai.org/phat-duong/nghi-thuc-truyen-gioi/truyen-gioi-thuc-xoa-ma-na/

**học pháp được tuyên đọc.**

**- Các giới tử, các vị đã sẵn sàng chưa?**

**- Mô Phật, chúng con đã sẵn sàng rồi.**

Hòa thượng Ni:

**1. GIỚI CĂN BẢN VÀ HỌC PHÁP THỨ NHẤT**

**Vị Thức-xoa-ma-na nào làm việc dâm dục, dù với người nam hay người nữ, dù có hay không có sự đồng ý của người này, vị ấy phạm vào giới thứ nhất căn bản, không còn xứng đáng là một Thức-xoa-ma-na, là một sư cô, đệ tử nữ của Đức Phật.**

**Trong trường hợp chưa làm việc dâm dục mà cố tình đụng chạm vào thân thể của một người nam hay người nữ với tâm ô nhiễm và biết người kia cũng có tâm ấy, vị Thức-xoa-ma-na ấy phạm vào học pháp thứ nhất của sáu Học pháp, tuy còn là một sư cô nhưng giới Thức-xoa-ma-na đã bị tổn thương, vị ấy phải xin sám hối và thọ giới trở lại.**

**Đó là giới Căn bản và Học pháp thứ nhất.**

**Quý vị có phát nguyện tiếp nhận, học hỏi và hành trì giới ấy hay không?**

*Giới tử:* **Mô Phật, con xin giữ được.**

## 2. GIỚI CĂN BẢN VÀ HỌC PHÁP THỨ HAI

**Vị Thức-xoa-ma-na nào xâm phạm vào tài sản của công hay của tư, một sự xâm phạm có thể đưa vị này ra tòa để xét xử, vị ấy phạm vào giới thứ hai căn bản, không còn xứng đáng là một Thức-xoa-ma-na, là một sư cô, đệ tử nữ của Đức Phật.**

**Trong trường hợp vị Thức-xoa-ma-na chiếm hữu tài vật của người khác, một sự chiếm hữu chưa đủ để đưa vị này ra tòa xét xử, hoặc bảo người chiếm hữu hoặc thấy người chiếm hữu mà không tìm cách can ngăn, vị Thức-xoa-ma-na ấy phạm vào Học pháp thứ hai của sáu Học pháp, tuy còn là một sư cô nhưng giới Thức-xoa-ma-na đã bị tổn thương, vị ấy phải xin sám hối và thọ giới trở lại.**

**Đó là giới Căn bản và Học pháp thứ hai. Quý vị có phát nguyện tiếp nhận, học hỏi**

**và hành trì giới ấy hay không?**

*Giới tử:* **Mô Phật, con xin giữ được.**

## 3. GIỚI CĂN BẢN VÀ HỌC PHÁP THỨ BA

**Vị Thức-xoa-ma-na nào xâm phạm đến mạng sống của người, bằng hành động, lời nói hay ý định của mình, vị ấy phạm vào giới thứ ba căn bản, không còn xứng đáng là một Thức-xoa-ma-na, là một sư cô, đệ tử nữ của Đức Phật.**

**Trong trường hợp vị Thức-xoa-ma-na không học hạnh đại bi để bảo vệ sự sống của các loài động vật, tự mình giết hại, hoặc tán thành sự giết hại, hoặc để cho kẻ khác giết hại mà không tìm cách can ngăn, vị Thức-xoa-ma-na ấy phạm vào Học pháp thứ ba của sáu Học pháp, tuy còn là một sư cô nhưng giới Thức-xoa-ma-na đã bị tổn thương, vị ấy phải xin sám hối và thọ giới trở lại.**

**Đó là giới Căn bản và Học pháp thứ ba. Quý vị có phát nguyện tiếp nhận, học hỏi và hành trì giới ấy hay không?**

*Giới tử:* **Mô Phật, con xin giữ được.**

## 4. GIỚI CĂN BẢN VÀ HỌC PHÁP THỨ TƯ

**Vị Thức-xoa-ma-na nào không có chứng đắc mà tuyên bố rằng mình có chứng đắc, vị ấy phạm vào giới thứ tư căn bản, không còn xứng đáng là một Thức-xoa-ma-na, là một sư cô, đệ tử nữ của Đức Phật.**

**Trong trường hợp nói sai sự thật, nói thêm bớt, hoặc nói những lời có tác dụng gây chia rẽ và căm thù, vị Thức-xoa-ma-na ấy phạm vào Học pháp thứ tư của sáu Học pháp, tuy còn là một sư cô nhưng giới Thức-xoa-ma-na đã bị tổn thương, vị ấy phải xin sám hối và thọ giới trở lại.**

**Đó là giới Căn bản và Học pháp thứ tư. Quý vị có phát nguyện tiếp nhận, học hỏi và hành trì giới ấy hay không?**

*Giới tử:* **Mô Phật, con xin giữ được.**

## 5. HỌC PHÁP THỨ NĂM

**Vị Thức-xoa-ma-na nào không ăn cùng đại**

**chúng hoặc ăn riêng trong phòng, trừ khi có bệnh hoặc vì công việc do tăng sai, hoặc đi ăn mặn, vị Thức-xoa-ma-na ấy phạm vào Học pháp thứ năm của sáu Học pháp, tuy còn là một sư cô nhưng giới Thức-xoa-ma-na đã bị tổn thương, vị ấy phải xin sám hối và thọ giới trở lại.**

**Đó là Học pháp thứ năm. Quý vị có phát nguyện tiếp nhận, học hỏi và hành trì học pháp ấy hay không?**

*Giới tử:* **Mô Phật, con xin giữ được.**

## 6. HỌC PHÁP THỨ SÁU

**Vị Thức-xoa-ma-na nào cất giữ hay tiêu thụ các chất ma túy có tác dụng độc hại đến thân tâm như bồ đà (marijuana), cocaine, bạch phiến, v.v..., hoặc thuốc hút, rượu, bia, hay bất cứ sản phẩm nào có tác dụng gây ra sự say sưa, nghiện ngập, trừ trường hợp có bệnh và có phép của tăng thân, vị Thức-xoa-ma-na ấy phạm vào Học pháp thứ sáu của sáu Học pháp, tuy còn là một sư cô nhưng giới Thức-xoa-ma-na đã bị tổn thương, vị ấy phải xin sám hối và**

**thọ giới trở lại.**

**Đó là Học pháp thứ sáu. Quý vị có phát nguyện tiếp nhận, học hỏi và hành trì học pháp ấy hay không?**

*Giới tử:* **Mô Phật, con xin giữ được.**

**Trên đây là sáu học giới của Thức-xoa-ma-na, các vị phải suốt đời kính giữ cho thanh tịnh, không được trái phạm.**

*Giới tử:* **Chúng con xin y giáo phụng hành.** (3 lần)

Giáo thọ Ni:

**Này các giới tử! Như vậy là ngày nay các vị đã lãnh thọ giới pháp Thức-xoa-ma-na rồi. Quý vị nên biết vi phạm bốn giới Căn bản đầu tiên chứng tỏ sự thất bại của một vị Thức-xoa-ma-na. Vị Thức-xoa-ma-na nào phạm một trong bốn giới đầu ấy thì không còn là một sư cô, là một Thích nữ, đệ tử nữ của Phật và không còn được ở chung với Ni đoàn xuất gia. Vị nào phạm một trong sáu Học pháp, tuy còn là một sư cô, vị ấy phải xin sám hối, phải được tác pháp yết**

**ma để thọ giới lại và học lại từ đầu.**

**Quý vị đã chính thức tiếp nhận bốn giới Căn bản và sáu Học pháp, đại diện cho giới Thức-xoa-ma-na. Quý vị đã chính thức trở thành các Thức-xoa-ma-na trước mặt Tam Bảo.**

**Quý vị là những người có nhiều may mắn, đã từng gieo hạt giống tốt trong quá khứ. Thời giờ thấm thoát như tên bay, quý vị phải chuyên cần tinh tấn tu học, đừng bỏ phí thời gian và sức khỏe.**

**Nghe chuông, xin lạy xuống ba lạy để tỏ lòng tôn kính Tam Bảo, Đức Bổn Sư và Thái Tổ Ni Kiều Đàm Di.**

*Giới tử:* **Chúng con xin y giáo phụng hành.** (3 lần)

Điển lễ:

**Chí tâm đảnh lễ Thập phương Thường trụ Tam bảo.** (1 lạy, o)

**Chí tâm đảnh lễ Ta bà Giáo chủ Bổn Sư Thích Ca Mâu Ni Phật.** (1 lạy, o)

**Chí tâm đảnh lễ Khải giáo A-Nan-Đà Tôn**

**giả.** (1 lạy, o)

**Chí tâm đảnh lễ Trì Luật đệ Nhất Ưu Ba li Tôn giả.** (1 lạy, o)

**Chí tâm đảnh lễ Thánh Tổ Ni Đại-Ái-Đạo Kiều-Đàm-Di Tôn giả.** (1 lạy, o)

# 16. KINH BÁT-NHÃ BA-LA-MẬT

**Khi Ngài Quán Tự Tại Bồ Tát thực hành sâu xa pháp Bát-nhã Ba-la-mật-đa, Ngài soi thấy năm uẩn đều không, qua hết thảy khổ ách.**

**"Này Xá Lợi Phất, sắc chẳng khác không, không chẳng khác sắc, sắc tức là không, không tức là sắc. Thọ, Tưởng, Hành, Thức cũng đều như thế".**

**"Này Xá Lợi Phất, 'tướng không của mọi pháp' không sanh, không diệt, không dơ, không sạch, không thêm, không bớt, nên trong 'chân không', không có sắc, không có thọ, tưởng, hành, thức, không có mắt, tai, mũi, lưỡi, thân, ý, không có sắc, thinh,**

**hương, vị, xúc, pháp, không có nhãn giới, cho đến không có ý thức giới, không có vô minh, cũng không có cái hết vô minh, cho đến không có già chết, cũng không có cái hết già chết, không có khổ, tập, diệt, đạo, không có trí huệ, cũng không có chứng đắc.**

**Vì không có chỗ chứng đắc, nên Bồ Tát y theo Bát-nhã Ba-la-mật-đa, tâm không ngăn ngại. Vì không ngăn ngại, nên không sợ hãi, xa hẳn điên đảo, mộng tưởng, đạt tới cứu cánh Niết Bàn.**

**Chư Phật trong ba đời cũng y theo Bát-nhã Ba-la-mật-đa, được đạo quả vô thượng chánh đẳng chánh giác.**

**Nên biết Bát-nhã Ba-la-mật-đa là Đại Thần Chú, là Đại Minh Chú, là Vô Thượng Chú, là Vô Đẳng Đẳng Chú, trừ được hết thảy khổ, chân thật không hư". Vì vậy, liền nói Chú Bát-nhã Ba-la-mật-đa:**

**"Yết đế, yết đế, ba la yết đế, ba la tăng yết đế, bồ đề tát bà ha".** (3 lần) (o)

# 17. TÁN PHẬT

**Bậc Đại Giác viên mãn xuất hiện**
**nơi cõi Ta Bà**
**Tấm lòng ôm trọn cả thái hư,**
**Trí giác soi cùng đại thiên thế giới,**
**Xin rủ lòng từ, xót thương minh chứng.**
**Thế Tôn dung mạo như vầng nguyệt.**
**Lịa như mặt nhật phóng quang minh**
**Hào quang trí tuệ chiếu muôn phương**
**Hỷ xả từ bi đều thấm nhuận. (o)**

**Nam Mô Bổn Sư Thích Ca Mâu Ni Phật.** (3 lần) (o)

**Nam Mô Đương Lai Hạ Sanh Di Lặc Tôn Phật.** (3 lần) (o)

**Nam Mô A Di Đà Phật.** (3 lần) (o)

**Nam Mô Quan Thế Âm Bồ Tát.** (3 lần) (o)

**Nam Mô Đại Thế Chí Bồ Tát.** (3 lần) (o)

**Nam Mô Địa Tạng Vương Bồ Tát.** (3 lần) (o)

**Nam Mô Thanh Tịnh Đại Hải Chúng Bồ Tát.** (3 lần) (o)

# 18. HỒI HƯỚNG

**Truyền trì giới thâm diệu**
**Tạo công đức vô biên**
**Đệ tử xin hồi hướng**
**Cho chúng sinh mọi miền.** (o)

**Pháp môn xin nguyện học**
**Ân nghĩa xin nguyện đền**
**Phiền não xin nguyện đoạn**
**Quả Phật xin chứng nên.** (ooo)

# 19. PHỤC NGUYỆN

**Cửu phẩm liên hoa dâng lối, mười phương Tam Bảo chứng minh.**

**Oai thần hộ niệm gia trì, Thánh chúng Long thiên ủng hộ.**

**Sát-na dâng trọn lòng thành, giới đức trang nghiêm bờ cõi.**

**Hôm nay, ngày...... tháng...... năm......, đệ tử chúng con là Tỳ-kheo-ni... cùng Hội đồng Thập sư (Tam sư Thất chứng), một dạ chí thành, vân tập tại Đại hùng bảo điện Chùa Hương Sen, bang California, Hoa Kỳ, thành công đức thiết lễ truyền trao tịnh giới Thức-xoa-ma-na cho các giới tử Sa-di-ni: .................**

**Vừa rồi bao nhiêu công đức, bấy nhiêu hương hoa, thành kính hướng về Phục nguyện:**

- **Cầu nguyện: Đạo tràng Chùa Hương Sen ngày một hưng long, sớm thành chốn tùng lâm thạnh trị, nghiêm tịnh tu trì; tứ chúng đồng tu, đàn việt tín tâm, chư thiên hộ pháp, Bồ-tát mười phương d dũ lòng gia hộ, giúp cho Phật sự hanh thông, thiện duyên thành tựu.**
- **Cúi nguyện: Phật nhật tăng huy, pháp luân thường chuyển, gió hòa mưa thuận, đất nước thanh bình, nhân dân an lạc, vạn loại hàm linh thái bình thịnh trị.**
- **Tái nguyện: Chư tôn đức Giới sư pháp thể khinh an, tuệ đăng thường chiếu,**

**phước trí nhị nghiêm, mãi là tàng cây đại thụ che chở hàng hậu học.**

- **Lại nguyện: Các giới tử cần cầu giới pháp hôm nay, đắc đắc giới thể trang nghiêm, tinh tấn tu trì Giới-định-tuệ, chí nguyện kiên cố, thân tâm an lạc.**

**Sau cùng: Nguyện đem công đức này, hướng về khắp tất cả, đệ tử và chúng sanh, đều trọn thành Phật đạo.** (o)

Đại chúng đồng niệm:

**Nam Mô A Di Đà Phật**. (o)

# 20. TAM QUY

**Con nương theo Phật,**

**Cầu cho chúng sanh**

**Tin chắc Đạo cả,**

**Phát lòng vô thượng**. (1 lạy, o)

**Con nương theo Pháp,**
**Cầu cho chúng sanh**
**Thấu rõ kinh tạng,**
**Trí huệ như biển.** (1 lạy, o)

**Con nương theo Tăng,**
**Cầu cho chúng sanh**
**Kính tín hòa hợp,**
**Tất cả không ngại.** (1 lạy, ooo)

## 21. TÁC BẠCH TẠ ÂN CHƯ TÔN GIỚI SƯ

*(Giới tử Thức-xoa-ma-na)*

**Nam Mô Bổn Sư Thích Ca Mâu Ni Phật.**

Ngưỡng bái bạch Quý Ni trưởng, Ni sư trong Ban Giới sư,

Giới tử chúng con là Thức-xoa-ma-na ... và Thức-xoa-ma-na ..., đại diện cho các giới tử cầu thọ giới pháp hôm nay, thành tâm đê đầu đỉnh lễ quý Ngài.

Kính bạch quý Ngài, chúng con tự biết thân phận phàm phu, chướng sâu nghiệp nặng. Nhưng nhờ hồng ân Tam Bảo gia hộ, và đặc biệt là nhờ lòng thùy từ lân mẫn, thương tưởng hàng hậu học của quý Ni trưởng, quý Ni sư, đã không quản ngại đường xá xa xôi, quang lâm bổn tự Chùa Hương Sen, đăng đàn truyền trao giới pháp cho chúng con.

Giờ này, trong giờ phút thiêng liêng khi giới thể đã được châu viên, sáu Pháp học đã được truyền trao trọn vẹn, lòng chúng con ngập tràn niềm hỷ lạc và xúc động.

Giới luật trao truyền,<br>
bừng sáng nẻo đường chân thiện,<br>
Ân sâu dẫn dắt,<br>
trọn đời kính ngưỡng thâm ân.

Trước chánh điện trang nghiêm, đối trước dung nhan từ ái của Chư tôn Giới sư, chúng con xin thành tâm phát nguyện:

Suốt đời nghiêm thân, cẩn mật giữ gìn giới thể vừa lãnh thọ cho được thanh tịnh như phao nổi qua sông; nguyện nỗ lực tu học, hoằng dương chánh pháp, xứng đáng là những bậc Thức-xoa-ma-na thúc liễm thân tâm, tiến bước trên nấc thang thánh hiền theo gương Đức Thánh Tổ Kiều Đàm Di Mẫu, hầu báo đáp ân đức sâu dày của Tam Bảo và của Chư tôn Giới sư.

Giờ đây, với tấm lòng thành kính tri ân mười muôn phần khó tả, chúng con có sắm sửa chút lễ vật mọn gồm tịnh tài và tịnh vật, kính dâng lên cúng dường Chư tôn Giới sư. Kính mong quý Ngài mở lòng từ bi hỷ xả, ai mẫn nạp thọ cho hàng hậu học chúng con được ân triêm công đức.

Kính nguyện cầu mười phương Tam Bảo thùy từ gia hộ cho Quý Ni trưởng, Quý Ni sư trong Ban Giới sư pháp thể khinh an, đạo thọ miên trường, tuệ đăng thường chiếu, là bóng cây đại thụ che chở cho hàng hậu học chúng con trên lộ trình giải thoát.

Nam Mô Công Đức Lâm Bồ Tát
Ma Ha Tát. (o)

*(Đợi Chư tôn Giới sư ban lời đạo từ hoặc đáp lễ xong, rồi Giới tử tiếp tục bạch):*

*Giới tử:* Trên Quý Ni trưởng, Ni sư trong Ban Giới sư đã từ bi mẫn nạp lễ vật và ban bố lời đạo từ quý báu cho chúng con. Giới tử chúng con xin thành kính y giáo phụng hành.

*Giới tử cùng đọc*:

**Chúng con xin y giáo phụng hành.** (3 lần, o)

Giờ đây, chúng con xin đê đầu đảnh lễ cúng dường Chư tôn Giới sư tam bái. (3 lạy, ooo)

- Chụp hình lưu niệm
- Hoàn mãn

# THAM KHẢO

1. *Giới Đàn Ni*, soạn dịch: TT Thích Minh Phát, NXB Tôn Giáo, 2013.

2. *Nghi thức Truyền Giới Thức-xoa-ma-na* (Bản tân tu 09. 2021), Thích Nhất Hạnh https://langmai.org/phat-duong/nghi-thuc-truyen-gioi/truyen-gioi-thuc-xoa-ma-na/

3. *Cương Yếu Giới Luật*, Hòa Thượng Thánh Nghiêm, Thích nữ Tuệ Đăng dịch, Nhà xuất bản Thời Đại, 2010. https://www.thuvienhoasen.org/a9851/chuong-5-thuc-xoa-ma-ni

4. *Nghi lễ Hàng ngày*, Thích Nữ Giới Hương, NXB Hồng Đức, 2023. https://www.huongsentemple.com/index.php/vn/phat-phap/nghi-la-ha-ng-nga-y

*Tôn giả A-nan và Thánh tổ Ni Đại Ái Đạo Kiều-Đàm-Di.*

www.ingramcontent.com/pod-product-compliance
Lightning Source LLC
LaVergne TN
LVHW100734061126
851857LV00011B/529